INSIGHT PUBLICA®

INSIGHT PUBLICA®
Nadakkavu, Kozhikode, Kerala
Tel:0495 4020666
www.insightpublica.com
e-mail: insightpublica@gmail.com
Mounanombarangal
(Malayalam Short Stories)
Sugathan Ashtamichira
First Edition: March 2021

ISBN 978-93-90535-57-6
Printed and Published by
Insightinpublica Printers & Publishers Pvt. Ltd.

മൗനനൊമ്പരങ്ങൾ

(ചെറുകഥകൾ)

സുഗതൻ അഷ്ടമിച്ചിറ

INSIGHT PUBLICA ®

1959 ൽ തൃശ്ശൂർ ജില്ലയിലെ മാളയിൽ ജനനം.

അച്ഛൻ: ഓടാശ്ശേരി കൃഷ്ണൻ, അമ്മ: ലക്ഷ്മി. ഭാര്യ: രാജേശ്വരി,
മക്കൾ: ശ്രീകാന്ത്, ശ്രുതി.

ജീവിതവൃത്തിക്കായി 1976ൽ മുംബൈലേക്ക് പോയി. 16 വർഷം മുംബൈലും 27 വർഷം ബഹറിനിലും ജോലി ചെയ്ത ശേഷം 2019ൽ നാട്ടിൽ തിരിച്ചെത്തി.

E-mail: ok.sugu@gmail.com
WhatsApp: 9544298749

സുഗതൻ അഷ്ടമിച്ചിറ

സമർപ്പണം

അച്ഛനും അമ്മയ്ക്കും

പിന്നെ കഥാലോകത്തേക്ക് എന്നെ കൈപിടിച്ചുയർത്തിയ എക്സ്പ്രസ്സ് ദിനപത്രത്തിന്റെ സർഗകൈരളി എന്ന ബാലപംക്തിയുടെ എഡിറ്റർ ആയിരുന്ന കവി ഗോപാലകൃഷ്ണൻ കോലഴിക്കും (ഗോപേട്ടൻ).

അംഗീകാരം

ആരോരുമില്ലാത്ത കല്യാണിയമ്മയുടെ ഏകമകൻ രാജൻ പത്രത്തിൽ കഥയെഴുതിയിരിക്കുന്നു! എല്ലാവർക്കും അത്ഭുതം! കല്യാണിയമ്മയുടെ മകൻ കഥയെഴുതുകയോ? രാപകൽ പണിയെടുത്ത് കല്യാണിയമ്മ മകനെ പത്താംക്ലാസ്സുവരെ പഠിപ്പിച്ചു. അച്ഛൻ നേരത്തെ തന്നെ ഒരു മാരകരോഗത്തിനടിമപ്പെട്ട് കാലയവനികയ്ക്കുള്ളിൽ എന്നന്നേക്കുമായി മറഞ്ഞുകഴിഞ്ഞിരുന്നു.

ആരോടും അധികം സംസാരിക്കാതെ ആരേയും കൂട്ടുകാരായി സ്വീകരിക്കാതെ ഏകനായി നടക്കുന്ന ദാരിദ്ര്യത്തിന്റെ മറ്റൊരു പര്യായമായ രാജനെ നാട്ടുകാർക്കെല്ലാവർക്കും അറിയാം. കൈയ്യിൽ ഏതു നേരവും ഒരു പുസ്തകം ഉണ്ടായിരിക്കും. മുഖം സദാസമയവും മ്ലാനമായിരിക്കും. പരിചയമുള്ളവരെ കാണുമ്പോൾ പല്ലുകൾ പുറത്തു കാണിക്കാതെ നിശ്ശബ്ദമായി പുഞ്ചിരിക്കും. ചോദിച്ചതിനുമാത്രം മറുപടി പറയും. ഉച്ചതിരിഞ്ഞാൽ തന്റെ കൊച്ചുഗ്രാമത്തിലെ ഒരു ഇടുങ്ങിയ മുറിയിൽ പ്രവർത്തിക്കുന്ന വായനശാലയിൽ കാണാം. സന്ധ്യാസമയത്ത് വീടിനടുത്തുള്ള പുഴക്കരയിൽ സൂര്യാസ്തമയവും നോക്കിയിരിക്കുക പതിവായിരുന്നു. പിന്നെ വീട്ടിൽ. ഇറയത്ത് ചിതൽ കടന്നാക്രമിച്ചു കീഴടക്കിക്കൊണ്ടിരിക്കുന്ന ചെറ്റയിൽ ചാരിയിരുന്ന് തല കീഴോട്ടിട്ട് പുസ്തകം വായിക്കുന്നതു കാണാം. ചിലപ്പോഴൊക്കെ കുനിഞ്ഞിരുന്ന് എന്തൊക്കെയോ കുത്തിക്കുറിക്കുന്നതും കാണാം.

അങ്ങനെയുള്ള കല്യാണിയമ്മയുടെ മകൻ പത്രത്തിൽ കഥയെഴുതിയിരിക്കുന്നു!

ഒരു ദിവസം കാലത്ത് കുളിക്കുവാനായി അടുത്തുള്ള പുഴയിലേക്ക് ചെന്നപ്പോൾ കുളക്കടവിൽനിന്നും സ്ത്രീകളുടെ ശബ്ദം രാജൻ കുറച്ചകലെ നിന്നും കേട്ടു. പുഴക്കരയിലെ കുറ്റിക്കാടിനടുത്ത് എത്തിയപ്പോൾ ശബ്ദം വ്യക്തമായി.

ഒരുത്തി: “നിങ്ങ കേട്ടോ... നമ്മടെ കല്യാണിയമ്മേടെ മോൻ പത്രത്തീ കഥയെഴുതിയേക്കുന്നു.”

മറ്റൊരുത്തി: “ആരോ പറയുന്ന കേട്ടു. എനിക്കു വിശ്വാസം വരണില്ല്യ... കഥയെഴുതാൻ ആ ചെക്കൻ കോളേജീ പഠിച്ചിട്ടുണ്ടോ?”

മൂന്നാമതൊരുവൾ: “ചെക്കന്റെ കൈയ്യീ ഏതുനേരോം പുസ്തോം മറ്റും കാണാലോ... അതീന്നൊക്കെ കട്ടെടുത്താവും... അല്ലാതെ ആ ചെക്കന് എന്തറിഞ്ഞിട്ടാ...”

ആദ്യത്തവൾ: “നീ പറഞ്ഞതു ശരിയാ... ഒരു മിണ്ടാപ്പൂച്ചയെപോലെ നടക്കുന്ന അവനല്ല്യോ കഥയെഴുതണ്.”

രാജൻ തിരിച്ചു നടന്നു. മുഖത്ത് പുഞ്ചിരി, ആഹ്ളാദം, എന്തോ വില പ്പെട്ട ഒന്ന് ലഭിച്ചു എന്ന വിജയഭാവം!

ഏതാനും ദിവസങ്ങൾക്കുള്ളിൽ കല്യാണിയമ്മയുടെ മകന്റെ മറ്റൊരു കഥ പത്രത്തിൽ പ്രത്യക്ഷപ്പെട്ടു; “അംഗീകാരം”.

തണുപ്പും ചൂടും

മരം കോച്ചുന്ന തണുപ്പ്; നിലാവുള്ള രാത്രി. കമ്പിളിക്കോട്ട് ധരിച്ച് തണുപ്പിനെ അകറ്റാൻ ശ്രമിച്ചു. അച്ഛനും അമ്മയും ഉറക്കമായിരിക്കുന്നു. അച്ഛന്റെ കൂർക്കംവലി ഉയർന്നു കേൾക്കാം.

കാലുകൾ മേശമേൽ കയറ്റിവച്ച് കസേരയിൽ ചാരിയിരുന്ന് പുസ്തകം നിവർത്തിയിരിപ്പുറപ്പിച്ചിട്ട് കുറച്ചുനേരമായി. തണുപ്പ്, മനസ്സിനെ പുസ്തകത്തിൽ ശ്രദ്ധ കേന്ദ്രീകരിക്കാൻ അനുവദിക്കുന്നില്ല.

നിവർത്തിയിട്ടിരിക്കുന്ന മെത്തയിലേക്ക് ഒന്നു നോക്കി. പുസ്തകം അടച്ച് മേശമേൽവച്ചു. കൈകൾ ഉയർത്തി കോട്ടുവായിട്ടു. എഴുന്നേറ്റ് ലൈറ്റ് ഓഫ് ചെയ്ത് കിടന്നു. തണുപ്പിൽനിന്നും രക്ഷ നേടാനായി കരിമ്പടമെടുത്ത് ദേഹമാകെ മൂടിപ്പുതച്ചു.

മനസ്സ് അസ്വസ്ഥമാണ്. എന്തിനുവേണ്ടിയോ ആർക്കുവേണ്ടിയോ വേവലാതിപ്പെടുന്ന പ്രകൃതം പണ്ടേയുള്ളതാണ്. ഈ വിഷാദം തീരില്ലേ? അകലെ എവിടെയോ ഏതോ ഒരു കില്ലപ്പട്ടി ഇടക്കിടക്ക് മോങ്ങുന്നുണ്ട്. അടുത്തുള്ള റോഡിൽക്കൂടി നിശ്ശബ്ദതയെ കീറിമുറിച്ചുകൊണ്ട് ഒരു കാർ പാഞ്ഞുപോയി.

മനസ്സ് തെരുവിലേക്ക് പാഞ്ഞു. അപ്പോൾ... കടത്തിണ്ണകളിൽ കീറിപ്പറിഞ്ഞ വസ്ത്രങ്ങളും ധരിച്ച് അർദ്ധനഗ്നരായി കിടക്കുന്ന മനുഷ്യരെക്കുറിച്ചോർത്തു. അവർ മനുഷ്യർ തന്നെയാണോ? തണുപ്പ് എന്ന ഭീകരസത്വത്തിന്റെ കരവലയത്തിലകപ്പെട്ട് ആ പാവങ്ങൾ എങ്ങനെ ഉറങ്ങുന്നു? അവർക്ക് ഉറക്കമില്ലെന്ന് തോന്നുന്നു!

ഇവിടെ... തനിക്കെന്തെല്ലാം സൗകര്യങ്ങൾ... കമ്പിളിക്കോട്ട്, കട്ടിൽ, കിടക്ക, കരിമ്പടം അങ്ങിനെ എത്രയെത്ര സാധനങ്ങൾ. എന്നിട്ടും തനിക്ക് എന്തൊക്കെയോ കുറവുള്ളതുപോലെ തോന്നുന്നു. ഇത്രയൊക്കെയുണ്ടായിട്ടും തണുപ്പിൽനിന്നും തനിക്ക് രക്ഷപ്പെടാൻ കഴിയുന്നില്ല. അപ്പോൾ കടത്തിണ്ണകളിൽ കിടക്കുന്ന ആ പാവം മനുഷ്യരുടെ കഥയോ! ചിന്തകൾ മനസ്സിൽ ദുഃഖത്തിന്റെ വിത്തുകൾ പാകി. മെത്തയിൽനിന്നും പതുക്കെ എണീറ്റു. കരിമ്പടമെടുത്ത് മടക്കി കൈയ്യിൽപിടിച്ചു. വാതിൽ തുറന്നു പുറത്തു കടന്നു.

മുറ്റത്തിറങ്ങിനിന്നു. മഞ്ഞിൽ കുതിർന്ന നിലാവ്. അന്തരീക്ഷത്തിനു മങ്ങിയ നിറം. മടക്കിപ്പിടിച്ച കരിമ്പടം മാറോട് ചേർത്തുപിടിച്ച് അടുത്തുള്ള തെരുവിലേക്കു നടന്നു. തെരുവുവിളക്കിന്ന് തീരെ ശോഭ തോന്നിയില്ല. നാലും കൂടിയ മുക്കിൽ ചെന്നുനിന്ന് ചുറ്റും നോക്കി. കടത്തിണ്ണകളിൽ വളഞ്ഞുകൂടിക്കിടക്കുന്ന മനുഷ്യപേക്കോലങ്ങൾ! ഒരിടത്തിരുന്ന് ആരോ ചുമയ്ക്കുന്നു. ശങ്കരൻനായർ... ക്ഷയരോഗി... ഒരു പാവം... ഈ തെരുവിനും അയാൾക്കും ഒരേ പ്രായമാണെന്നു തോന്നുന്നു... തനിക്കോർമ്മവച്ച നാൾ മുതൽ അയാൾ ഇവിടെത്തന്നെയുണ്ട്.

ശങ്കരൻനായരെ ലക്ഷ്യമാക്കി കാലുകൾ ചലിച്ചു. അയാൾ കൈകൾ നിലത്തുകുത്തി പിന്നോട്ട് ചാഞ്ഞിരുന്ന് ചുമയ്ക്കുകയായിരുന്നു. അയാൾ തുറിച്ചുനോക്കി പരിഭ്രമത്തോടെ ചോദിച്ചു.

“കൊച്ചേമാൻ ഈ അസമയത്തിവിടെ?”

“ശങ്കരൻനായരെ... ഈ പുതപ്പ് ശങ്കരൻനായരെടുത്തോ.” മാറോടമർത്തിപ്പിടിച്ചിരുന്ന പുതപ്പ് അയാളുടെ നേരെ നീട്ടി.

“അയ്യോ... ഏമാനെന്താണീ കാണിക്കുന്നത്? ഇത് ശേഖരൻ മുതലാളി അറിഞ്ഞാൽ...”

“ശങ്കരൻനായർ പേടിക്കണ്ട... അച്ഛനോട് ഞാൻ പറഞ്ഞോളാം...”

“വേണ്ട ഏമാനേ.. വേണ്ട... കൊച്ചേമാൻ അതു കൊണ്ടുപൊക്കോളൂ....” അയാൾ ചുമച്ചു.

“ശങ്കരൻനായർ ഇതു വാങ്ങണം... ങ്ഉം...” പുതപ്പ് അയാളുടെ അടുത്തുവച്ച് വീട്ടിലേക്കു നടന്നു. മനസ്സുനിറയെ സംതൃപ്തിയായിരുന്നു. തണുപ്പ് ദേഹത്തിൽനിന്നും വിട്ടകന്നതുപോലെ തോന്നി. തലയ്ക്കുമുകളിൽ ചന്ദ്രൻ പാൽക്കുടം ചൊരിഞ്ഞു നില്ക്കുന്നതു കണ്ടു.

പകലിന്റെ മരണം

ഒരു ഞായറാഴ്ച. വായിക്കാനിരുന്നിട്ട് മണിക്കൂറുകളോളമായി. വായനശാലയിൽനിന്നും എടുത്ത ഒരു ഭേദപ്പെട്ട നോവൽ. അക്ഷരങ്ങൾ തമ്മിൽ കെട്ടുപിണയുന്നതുപോലെ തോന്നി. പുസ്തകം പതുക്കെ അടച്ചു മേശപ്പുറത്തുവച്ചു. അയയിൽ കിടന്ന ഒരു കൈലിമുണ്ടെടുത്ത് കഴുത്തിൽ ചുറ്റി മുറ്റത്തേക്കിറങ്ങി.

നേരെ അടുത്തുള്ള പാടത്തേക്കു നടന്നു. കാലിനടിയിൽ ചരൽക്കല്ലുകൾ ഞെരിഞ്ഞമർന്നു. കുളത്തിൽ മുങ്ങിക്കിടക്കുന്ന എരുമകൾ. വെള്ളത്തിന്റെ കുറവുകൊണ്ട് പുഞ്ചകൃഷിക്കുള്ള ഒരുക്കങ്ങളെങ്ങും കാണുന്നില്ല. വിജനമായി പടിഞ്ഞാറോട്ട് നീണ്ടുകിടക്കുന്ന മഞ്ഞനിറത്തിൽ പാടം. അവിടവിടെയായി പശുക്കൾ മേയുന്നുണ്ട്. ഒഴിഞ്ഞുകിടക്കുന്ന കണ്ടത്തിൽ കുട്ടിയും കോലും കളിക്കുന്ന പിള്ളേർ. ഇടയ്ക്കിടക്ക് അവരിൽനിന്നും വിജയധ്വനി മുഴങ്ങിക്കൊണ്ടിരിക്കുന്നത് കേൾക്കാം.

കുളത്തിൻകരയിൽ നിരനിരയായി നിൽക്കുന്ന കേരവൃക്ഷങ്ങൾ. കാറ്റിൽ ഇളകിയാടുന്ന തെങ്ങോലകളുടെ നേർത്ത ശബ്ദം. കുളത്തിലേക്ക് ചാഞ്ഞുനില്ക്കുന്ന ഒരു തെങ്ങിൽ ചാരിനിന്നു. മുകളിൽ വട്ടമിട്ടു പറക്കുന്ന അരിപ്രാവുകൾ കൂട്ടത്തോടെവന്ന് കണ്ടത്തിലിരിക്കുമ്പോൾ കുട്ടിയും കോലും കളിക്കുന്ന പിള്ളേർ 'ട്ടൊ' ശബ്ദം പുറപ്പെടുവിച്ച് അവയെ വീണ്ടും മുകളിലേക്ക് പറപ്പിക്കുന്നു. അവയുടെ ചിറകടിശബ്ദം അന്തരീക്ഷത്തിൽ ലയിച്ചു ചേരുന്നു.

അസ്തമനസൂര്യന്റെ ചെങ്കതിരുകൾ മുഖത്തടിച്ചു. കുട്ടിയും കോലും കളിക്കുന്ന പിള്ളേരുടെ അവസാന വിജയധ്വനിയും കേട്ടു. അവർ

കുളത്തിലിറങ്ങി എരുമകളെ കരയ്ക്കു കയറ്റി ഇടുങ്ങിയ വഴിയിലൂടെ ആട്ടിപ്പായിച്ചു. വയൽ വിജനമായി. അന്തരീക്ഷം ക്രമേണ ശാന്തമായി.

കണ്ണുകൾ പടിഞ്ഞാറോട്ട് പാഞ്ഞു. കൂട്ടമായി നില്ക്കുന്ന തെങ്ങിൻതലപ്പുകൾക്കു മുകളിൽ കത്തിജ്ജ്വലിക്കുന്ന തീഗോളം, ആകാശത്തിനു കുങ്കുമപ്രഭ. പക്ഷികൾ പകലിനെ രക്ഷിക്കാനെന്നോണം പടിഞ്ഞാറോട്ട് ധൃതിയിൽ പറന്നു.

തെങ്ങോലത്തലപ്പുകൾക്കു പുറകിൽ സൂര്യൻ മറഞ്ഞുകഴിഞ്ഞു. ഒരു പകലിന്റെ മരണം! പകലിന്റെ മരണത്തിന് എന്തു സൗന്ദര്യം! അത് എത്ര മധുരമായി താൻ ആസ്വദിക്കുന്നു! മരണം കണ്ട് ആസ്വദിക്കുകയോ! കരയുകയല്ലേ വേണ്ടത്? അതെ! കരയണം! പകലിന്റെ മരണം കണ്ട് തനിക്കെങ്കിലും കരയാൻ കഴിയണം. കണ്ണുകളിൽ കണ്ണുനീർത്തുള്ളികൾ നിറഞ്ഞു! അത് കവിളിലൂടെ ഒഴുകി നിലത്തുവീണ് പഞ്ചാരമണലിൽ അലിഞ്ഞുചേർന്നു! കഴുത്തിൽ കിടന്ന കൈലിയുടെ തലതൊണ്ട് കണ്ണുകൾ തുടച്ചു. ആരും കാണണ്ട. സൂര്യാസ്തമനം കണ്ട് കരഞ്ഞിരിക്കുന്നു എന്നു പറഞ്ഞ് അവർ തന്നെ പരിഹസിക്കുകയില്ലേ. അതവരുടെ അജ്ഞത കൊണ്ടായിരിക്കും. സൂര്യാസ്തമനസമയത്തു നടക്കുന്ന ഒരു മരണത്തെക്കുറിച്ച് അവർ ചിന്തിക്കുന്നില്ല. അതിന്റെ ബാഹ്യസൗന്ദര്യത്തെ ആവോളം ആസ്വദിക്കാൻ മാത്രമേ അവർക്കു കഴിയുന്നുള്ളു.

നിമിഷങ്ങൾ അന്തരീക്ഷത്തിൽ ഇരുൾപാകിക്കഴിഞ്ഞിരുന്നു. ഇടുങ്ങിയ വഴിയിലെ ചരൽക്കല്ലുകൾ ഞെരിച്ചമർത്തിക്കൊണ്ട് വീട്ടിലേക്കു നടക്കുമ്പോൾ പതുക്കെ മന്ത്രിച്ചു.

എത്ര പകലുകൾ മരിക്കുന്നു! അപ്പോഴൊക്കെ തനിക്കു കരയാൻ കഴിയുമോ... ?

മോചനം

ചെറുപ്പത്തിലെതന്നെ അവൻ അനാഥനായി. അച്ഛനും അമ്മയും നഷ്ടപ്പെട്ട അവൻ തെരുവിലേക്ക് തള്ളപ്പെട്ടു. തെരുവിലെ ഓടകളിൽ ഒരു പിടി ചോറിനായി കൊടിച്ചിപ്പട്ടികളുമായി തല്ലിട്ടു! അവന്റെ ഉശിരു കണ്ട് സ്ഥലത്തെ ഒരു പ്രമാണി അവനെ വിളിച്ച് വീട്ടിൽ കൊണ്ടുപോയി.

ഒരു പുതിയ അദ്ധ്യായത്തിന്റെ തുടക്കം. ബന്ധനത്തിന്റെ ചങ്ങലക്കണ്ണികൾ അവന്റെ കൈകളെ ബന്ധിക്കയായിരുന്നു. പകലും രാത്രിയും അവന് ഒരുപോലെയായിരുന്നു. മുതലാളിയുടെ അടിയേറ്റ് നീറുന്ന ശരീരവും മനസ്സുമായി ഉറങ്ങാതെ കഴിഞ്ഞ രാവുകൾ വിരളമായിരുന്നു! സ്നേഹമെന്നത് എന്തെന്ന് അവൻ അറിഞ്ഞില്ല. ഒരിറ്റു സ്നേഹത്തിനുവേണ്ടി അവൻ ദാഹിച്ചു.

അവന്റെ ലോകം മുതലാളിയുടെ ആ കൂറ്റൻ ബംഗ്ലാവുമാത്രമായിരുന്നു. ഒരു സിനിമ കാണാൻപോലും അവന് അനുവാദമില്ലായിരുന്നു. അവിടെയുള്ള മനുഷ്യപ്പിശാചുക്കളുടെ ആജ്ഞകൾ അനുസരിക്കാൻ അവൻ സദാസമയവും തയ്യാറായിരിക്കണം. അവർ തിന്ന ആഹാരത്തിന്റെ ബാക്കിയായിരുന്നു അവനുള്ളത്.

അങ്ങിനെ പത്തു പന്ത്രണ്ടു വർഷങ്ങൾ!...

ഒടുവിൽ അവൻ ബന്ധനത്തിന്റെ ചങ്ങലക്കണ്ണികൾ പൊട്ടിക്കാൻ തന്നെ തീർച്ചയാക്കി. ഒരു പുതിയ ശക്തിയും ഉണർവ്വും അവനിലുണ്ടായി. ഒരു പാതിരാത്രിയിൽ അവൻ അവിടം വിട്ടിറങ്ങി. ബന്ധനത്തിന്റെ കൂടുപൊട്ടിച്ച് പുറത്തുകടന്നു.

വളരെ സമയങ്ങൾക്കുശേഷം വെള്ളത്തിനടിയിൽനിന്നും ഉയർന്നുവരുമ്പോൾ ഉണ്ടാകുന്ന ആശ്വാസമായിരുന്നു അപ്പോൾ അവനുണ്ടായിരുന്നത്. വിഷവായു നിറഞ്ഞ കല്ലറയിൽനിന്നും പുറത്ത് കടന്ന നിർവൃതി. ഒരു ശാപമോക്ഷം ലഭിച്ച ആനന്ദം.

തെരുവിലെ കൊടിച്ചിപ്പട്ടികളുമായി മത്സരിക്കാൻ, അവയോടൊത്ത് കഴിയുവാനുള്ള മോഹം! ഒരിറ്റു സ്നേഹത്തിനുവേണ്ടിയുള്ള മോഹം! മോചനത്തിന്റെ തീരമന്വേഷിച്ചുള്ള പാച്ചിൽ!

അവന്റെ മനസ്സിൽ ആഹ്ലാദത്തിന്റെ തിരമാലകൾ ആഞ്ഞടിക്കുകയായിരുന്നു.

വിശപ്പ്

വിശപ്പ്.. അടങ്ങാത്ത വിശപ്പ്. ശരീരമാകെ ഉരുകി അലിയുന്നതു പോലെ. അത് സിരകളിലൂടെ ശരീരമാകെ പടർന്നു പിടിക്കുന്നു. ഈ പ്രപഞ്ചം മുഴുവനും ഈ കൈകളിൽ ഒരു ഉരുളയാക്കി ഉരുട്ടിയെടുത്ത് ഒന്നിച്ച് വിഴുങ്ങാനുള്ള ആവേശം.

വഴിയരികിലെ പൈപ്പിൽനിന്നും പറ്റാവുന്നിടത്തോളം വെള്ളം കുടിച്ചു തീർത്തു. തളർന്ന ശരീരവുമായി വഴിയരികിലെ പടർന്നു പന്തലിച്ച ആൽമരത്തിനു ചുവട്ടിൽ ഇരുന്നു. ഈ കാണുന്ന കല്ലും മണ്ണും തിന്നാൻ പറ്റുമെങ്കിൽ... എങ്കിൽ... ഓ... ഒരു കിള്ള് മണ്ണ് ആരും കാണാതെ വായിലിട്ടു. പതുക്കെ അകത്തേക്കിറക്കി. ഇല്ല... തനിക്കു കഴിയില്ല.

കണ്ണുകൾ പതുക്കെ അടഞ്ഞു. പക്ഷെ ഉറക്കം വന്നില്ല. ഒന്നുറങ്ങാൻ കഴിഞ്ഞെങ്കിൽ രക്ഷപ്പെടാമായിരുന്നു. ചിന്തിച്ചു... ഒരു പരിഹാരം കണ്ടെത്താൻ കഴിഞ്ഞെങ്കിൽ. നിമിഷങ്ങൾ മിനുറ്റുകളായി മാറിക്കൊണ്ടിരുന്നു. അതാ ഭാവനയിൽ പുതിയ രംഗങ്ങൾ. വളരെ നാൾ കൂടിയുള്ള പുഞ്ചിരി മുഖത്തു വിരിഞ്ഞു.

സകല ശക്തിയും സംഭരിച്ച് ധൃതിയിൽ എണീറ്റു നടന്നു. അതോ ഓടുകയായിരുന്നോ? ശങ്കരൻ മുതലാളിയുടെ അഞ്ചു ഏക്കർ വിസ്തീർണ്ണമുള്ള തെങ്ങിൻതോപ്പ് കണ്ണിൽ പതിഞ്ഞു. മുകളിലേക്കു നോക്കി. കുലകുലയായി അതാ നില്ക്കുന്നു. കമ്പിവേലിക്കുള്ളിലൂടെ നുഴഞ്ഞ് പറമ്പിനകത്തു കടന്നു. തെങ്ങിൽ പൊത്തിപ്പിടിച്ച് മുകളിലേക്കു കയറി. മുകളിലെത്തിയപ്പോൾ അത്ഭുതപ്പെട്ടു. തനിക്കിതെങ്ങനെ കഴിഞ്ഞു.

തേങ്ങകൾ ഓരോന്നായി നിലത്തേക്കടർത്തിയിടാൻ തുടങ്ങി. പെട്ടെന്ന് താഴെനിന്നും ഒരു ശബ്ദം.

"ഇറങ്ങടാ താഴെ... ഇവന്റെ ഒരു ധിക്കാരം..."

ശങ്കരൻ മുതലാളിയുടെ കാര്യസ്ഥൻ രാമൻ നായരാണ്. ഒന്നും സംഭവിക്കാത്ത മട്ടിൽ താഴേക്കിറങ്ങി. 'നടക്കെടാ' എന്നു പറഞ്ഞ് അയാൾ കഴുത്തിനൊരു തള്ളുതള്ളി. എല്ലാം നേരിടാനുള്ള ധൈര്യത്തോടെ നടന്നു.

ഭീമാകാരമായ കുടവയറിൽ തഴുകിക്കൊണ്ട് വായിൽ മുറുക്കാനുമായി ചാരുകസേരയിൽക്കിടക്കുന്ന ശങ്കരൻമുതലാളിയെ കണ്ടു. രാമൻ നായർ സംഭവം ഒന്നിനൊന്നു കൂട്ടിപ്പറഞ്ഞ് തന്റെ റിപ്പോർട്ട് സമർപ്പിച്ചു.

എന്തോ പന്തികേടുണ്ടെന്ന് ശങ്കരൻ മുതലാളിക്കു തോന്നിയിരിക്കണം. വായിൽ കിടന്നിരുന്ന മുറുക്കാൻ ഒന്നോടെ താഴെയിരിക്കുന്ന കോളാമ്പിയിലാക്കി കസാലയിൽ അല്പം മുന്നോട്ട് ചാഞ്ഞിരുന്ന് അദ്ദേഹം ചോദിച്ചു.

"ഈ പട്ടാപ്പകൽ ഇങ്ങനെ ചെയ്യാൻ നിനക്കെങ്ങിനെ ധൈര്യം വന്നു."

മറുപടി ഒട്ടും വൈകിയില്ല.

"ധൈര്യമല്ല ശങ്കരൻ മുതലാളി... വിശപ്പാണ് ഇതെന്നെക്കൊണ്ട് ചെയ്യിച്ചത്... ഈ പട്ടാപ്പകൽ ഇതു ചെയ്താൽ നിങ്ങളതു കാണുകേം ചെയ്യും, എന്നെ ജയിലിലിലാക്കുകേം ചെയ്യും. അപ്പൊ, എനിക്ക് ജയിലീന്ന് മൂന്നുനേരോം ഭക്ഷണം കിട്ടും, എന്റെ വിശപ്പും മാറും... എനിക്കും ജീവിക്കണം മുതലാളി..."

ശങ്കരൻ മുതലാളി അതുകേട്ട് സ്തബ്ധനായി ഇരുന്നുപോയി. രാമൻ നായരുടെ വായിൽനിന്നും അറിയാതെ രണ്ടക്ഷരം പുറത്തേക്കു വീണു.

"കഷ്ടം"

ശങ്കരൻ നായർ ഒരു നിശ്വാസത്തോടെ രാമൻ നായരോട് ചോദിച്ചു.

"രാമൻ കേട്ടില്ലേ?"

"ഉവ്വ്"

"ആരോരും ഇല്ലാത്തവനല്ലെ. ഒരു ബുദ്ധിമോശം കൊണ്ട് അവനങ്ങനെ ചെയ്തു. അതു നമുക്കു ക്ഷമിക്കാം. നമുക്കവനെ ഇവിടുത്തെ

വീട്ടുജോലിക്ക് നിറുത്താം... എന്താ?...'' "എനിക്കൊരു വിരോധോല്യ'' രാമൻ നായർ.

"മീനാക്ഷി...'' ശങ്കരൻ മുതലാളി അകത്തേക്കെത്തിനോക്കി നീട്ടി വിളിച്ചു. അടുത്ത നിമിഷത്തിൽ മുതലാളിയുടെ ഭാര്യ മീനാക്ഷിയമ്മ പുറത്തേക്കു വന്നു.

"മീനാക്ഷി, ഇവനെ അപ്പുറത്തു വിളിച്ചുകൊണ്ടുപോയി മതിയാവോളം ചോറു കൊടുക്ക്. ഇന്നുമുതൽ അവൻ ചെയ്തോളും ഇവിടുത്തെ ജോലിയെല്ലാം. എന്താ?''

മീനാക്ഷിയമ്മ ഒന്നു വെളുക്കെ ചിരിച്ചു.

തമസ്സിലൊരു താങ്ങ്

അച്ഛനും അമ്മയും, അനുജത്തിയും പടി കടക്കുന്നതിനിടയിൽ അമ്മ വിളിച്ച് പറയുന്നത് അവൾ ശ്രദ്ധിച്ചു.

"ഗീത പുറത്തേക്കിറങ്ങാതെ നോക്കണെ ജാനകിയമ്മേ..." വേല ക്കാരിയോടാണമ്മ പറയുന്നത്.

ഇല്ലമ്മേ... ഗീത എങ്ങും പോവില്ല... ഗീതക്കും ജീവിക്കാൻ കൊതിയു ണ്ടമ്മേ... ഈ മണ്ണിൽ ജനിച്ചുപോയില്ലേ... നിങ്ങളെയാരേയും ബുദ്ധിമുട്ടി ക്കാതെ ഞാൻ ഒരു നിരുപദ്രവജീവിയായി ഇവിടെ കഴിഞ്ഞുകൊള്ളാം... അല്ലെങ്കിൽ തന്നെയും ഇത് നിങ്ങൾക്ക് ഒരു ഉപദ്രവം തന്നെയാണ ല്ലോ... പക്ഷേ, ജീവിക്കാനുള്ള മോഹം എന്നെ വളർത്തുകയാണ്... ' ഗീത മന്ത്രിച്ചു. അവളുടെ ശൂന്യമായ, ഇരുട്ട് ആലിംഗനം ചെയ്തു കിടക്കുന്ന കണ്ണുകളിൽനിന്നും വേദന കണ്ണുനീരായി പുറത്തേയ്ക്കൊഴുകി.

ആ കണ്ണുകൾകൊണ്ട് അവൾക്കു ആകെയുള്ള ഉപയോഗമാണത്.

"ഗീതമോളവിടെ എന്തെടുക്കുവാ?" അടുക്കളയിൽനിന്നും ജാനകി യമ്മ വിളിച്ചു ചോദിക്കുന്നത് അവൾ കേട്ടു.

"ഞാനിവിടെ പൂമുഖത്ത് കസേരയിൽ ഇരിക്കുകയാണ് ജാനകി യമ്മേ." അവൾ പറഞ്ഞു. ഈ വീട്ടിൽ തന്നോട് ആകെക്കൂടി കരുണ കാണിക്കുന്ന ഒരാളാണ് ജാനകിയമ്മ. തനിക്കുവേണ്ടി കഷ്ടപ്പെടുവാൻ ഈ ഭൂമിയിൽ അവർ മാത്രമാണുള്ളതെന്ന് അവൾ വേദനയോടെ ഓർത്തു. ഒരുപക്ഷേ, അത് അവർക്ക് മക്കളില്ലാത്തതു കൊണ്ടായിരി ക്കണം. അല്ലെങ്കിൽ അവരും തന്നെ വെറുത്തേനെ.

സന്ധ്യയായിക്കഴിഞ്ഞാൽ ജോലിയെല്ലാം തീർത്ത് ജാനകിയമ്മ അവരുടെ വീട്ടിൽ പോകും. പിന്നെ താൻ ഏകയാണ്. ഇരുട്ടിലേക്കു തുറിച്ചുനോക്കി വെറുതെ ഇരിക്കും. അല്ലെങ്കിൽ അനുജത്തി വായിക്കുന്നത് ശ്രദ്ധിക്കും. അനുജത്തി ഭാഗ്യവതിയാണ്. അവൾ സുന്ദരിയാണെന്ന് പലരും പറഞ്ഞു കേട്ടിട്ടുണ്ട്. അവളെ ഒന്നു കൺകുളിലർക്കെ കാണുവാൻ എത്ര കൊതിച്ചിരിക്കുന്നു. അനുജത്തി ഉറങ്ങുമ്പോൾ ഞാൻ എത്ര പ്രാവശ്യം മെത്തയിൽ ചെന്നിരുന്ന് അവളുടെ മൃദുലമായ കവിളിൽ തഴുകി നോക്കിയിട്ടുണ്ട്. എത്രയോ പ്രാവശ്യം ചുംബിച്ചിട്ടുണ്ട്. അപ്പോൾ അനിർവ്വചനീയമായ ഒരു അനുഭൂതി തന്റെ ഹൃദയത്തിൽ ഉണ്ടാകാറുണ്ട്. ഉറങ്ങുന്ന സമയത്തു മാത്രമേ അവളെ തനിക്കു തൊടാനും, താലോലിക്കാനും കഴിഞ്ഞിരുന്നുള്ളൂ. അവളെ അറിഞ്ഞുകൊണ്ടു തൊട്ടാൽ വഴക്കു പറയും. ഈ കുരുടിപ്പെണ്ണ് അവളുടെ ചേച്ചിയായിപ്പോയതിൽ അവൾക്ക് വെറുപ്പുണ്ടായിരിക്കും.

അച്ഛനും, അമ്മയും, അനുജത്തിയും മാറ്റിനി കാണാൻ പോയിരിക്കുകയാണ്. അവർ തന്നെ എങ്ങും കൊണ്ടു പോകാറില്ല. അതിന്റെ ആവശ്യവുമില്ലല്ലോ. അച്ഛനും അമ്മയ്ക്കും ആദ്യമെല്ലാം സ്നേഹമുണ്ടായിരുന്നു. അച്ഛൻ തന്റെ രോഗം ഭേദമാക്കുവാൻ പലയിടങ്ങളിലും കൊണ്ടുപോയി വളരെ അധികം പണം ചെലവഴിച്ചു. പക്ഷേ തന്റെ രോഗം ഭേദമായില്ല. അതിനി ഒരിക്കലും ഭേദമാവുകയില്ല. അനുജത്തി വന്നതോടുകൂടി അച്ഛന്റെയും അമ്മയുടെയും സ്നേഹം എല്ലാം അവൾ ചോർത്തിയെടുത്തു. തനിക്കതിൽ അവളോട് ദേഷ്യമോ, അസൂയയോ ഇല്ല. അച്ഛനെയും അമ്മയെയും സന്തോഷിപ്പിക്കുവാൻ അവൾക്കെങ്കിലും കഴിഞ്ഞല്ലോ, അതു മതി.

അവൾ കസേരയിൽനിന്നും മെല്ലെ എണീറ്റു. ഉയർത്തിക്കെട്ടിയിട്ടുള്ള തിണ്ണയിൽ പിടിച്ച് പതുക്കെ പതുക്കെ നടന്നു മുറ്റത്തിറങ്ങി. മിനിയുടെ പൂന്തോട്ടത്തിലെ റോസച്ചെടിയിൽ പൂക്കൾ കുലകുലയായി വിരിഞ്ഞു നില്പുന്നുണ്ടാകും. അവൾ പൂന്തോട്ടത്തിന് അടുത്തുചെന്നു കൈകൾ നീട്ടി പരതി നോക്കി. റോസച്ചെടിയുടെ ഒരു കൂർത്തമുള്ള് അവളുടെ കൈയ്യിൽ തറച്ചു. അവൾ ഒരു ഞെട്ടലോടെ കൈ പിൻവലിച്ചു. വേദനയുള്ള ഭാഗത്ത് തൊട്ടുനോക്കിയപ്പോൾ ചോര കിനിയുന്നുണ്ടെന്ന് മനസ്സിലായി. അവളത് സാരമാക്കിയില്ല. അതൊക്കെ ഒരു വേദനയാണോ? ഇതിലും എത്രയോ വലിയ വേദനയാണ് താൻ അനുഭവിക്കുന്നത്.

'ഈ പൂവും എന്നെപ്പോലെതന്നെ. പക്ഷെ നിന്നെ സ്നേഹിക്കാനും തലോടാനും എത്ര പേരാണുള്ളത്. എനിക്കോ?... ആരുമില്ല... ഞാൻ

ഏകയാണ്... '

പുറകിൽ പാദചലനം കേട്ടപ്പോൾ അവൾ ചിന്തയിൽനിന്നും ഉണർന്നു. കവിളിലെ കണ്ണുനീർ വേഗം തുടച്ചുകൊണ്ട് കണ്ണുകൾ ചിമ്മി തിരിഞ്ഞുനിന്നു.

"ഗീതമോൾ കരയുകയാണോ?" ജാനകിയമ്മയാണ്.

"ഇല്ല ജാനകിയമ്മേ, ഞാൻ കരയുകയല്ല." അവൾ പറഞ്ഞു. ജാനകിയമ്മ ഇനിയും അതിനെപ്പറ്റി ചോദിക്കുകയില്ലെന്ന് അവൾക്കറിയാം. തന്റെ ഈ കരച്ചിൽ പലപ്പോഴും ജാനകിയമ്മ കണ്ടിട്ടുള്ളതാണ്.

"വരൂ മോളേ... കാപ്പിയും മറ്റും എടുത്തുവച്ചിട്ടുണ്ട്. ജാനകിയമ്മ അവളുടെ കൈയ്യിൽ പിടിച്ച് ഇറയത്തേക്കു കയറ്റി. അപ്പോൾ അവൾ ജാനകിയമ്മയോടു ചോദിച്ചു.

"ജാനകിയമ്മ എന്നും എന്റെ കൂടെ ഉണ്ടായിരിക്കുമോ?"

"എന്താ മോളെ ഇങ്ങനെയൊക്കെ ചോദിക്കുന്നത്?"

"പറയൂ ജാനകിയമ്മേ, ഉണ്ടായിരിക്കുമോ?"

"ഉവ്വ് മോളെ, ഉവ്വ്... എനിക്കു മോളു മാത്രമാണുള്ളത്. മോളുക്കു വേണ്ടിയാണ് ജാനകിയമ്മ ജീവിക്കുന്നത്." ഗൽഗദം ജാനകിയമ്മയുടെ വാക്കുകളെ തടഞ്ഞിരുന്നു.

എനിക്കതുമാത്രം മതി ജാനകിയമ്മേ... അതു മാത്രം... എനിക്കാശ്വാസമായി... ' ജാനകിയമ്മ ഗീതമോളുടെ കവിളിലൂടെ ഒഴുകിയ കണ്ണുനീർ തുടച്ചുകളഞ്ഞു. കാറു നിറഞ്ഞ ആകാശത്തിലെ മിന്നൽപോലെ അവളുടെ വേദന നിറഞ്ഞു നില്ക്കുന്ന മുഖത്ത് അപ്പോൾ ഒരു പുഞ്ചിരി ഒരു നിമിഷം മിന്നി മറഞ്ഞു.

ശീലം

പകലന്തിയോളം പണിയെടുത്തപ്പോൾ ചീരന് ക്ഷീണം തോന്നി. നാല്ക്കവലയുടെ കുറച്ചകലെ നില്ക്കുന്ന പേരാലിൻ ചുവട്ടിൽനിന്ന് അവൻ അന്നത്തെ സമ്പാദ്യം എത്രയുണ്ടെന്ന് നോക്കി. ചെളിപുരണ്ട് നിറം മങ്ങിയ കൈലിമുണ്ടിൽ അരയിൽ തിരുകിവച്ച ചുരുട്ടിയ നോട്ടുകൾ അവൻ പുറത്തേക്കെടുത്തു. തഴമ്പു പിടിച്ച കൈവിരൽകൊണ്ട് നോട്ടുകൾ ഓരോന്നായി വലിച്ചെടുത്ത് എണ്ണി.

ആകെ പന്ത്രണ്ട് രൂപ. തരക്കേടില്ല. ചുമട്ട് ചുമന്ന് അടുത്തെങ്ങും ഇത്രയും പൈസ കിട്ടാറില്ല. കൂടിയാൽ ആറോ ഏഴോ രൂപ കിട്ടും. ഇന്ന് അതിന്റെ ഇരട്ടിയാണ് കൈയ്യിൽ കിട്ടിയിരിക്കുന്നതെന്നോർത്തപ്പോൾ ചീരന്റെ മുഖത്തൊരു പുഞ്ചിരി വിരിഞ്ഞു.

അടുത്തതായി? അധികനേരം ആലോചിക്കേണ്ടി വന്നില്ല. അവന്റെ കണ്ണുകൾ അകലെയുള്ള ഇടുങ്ങിയ വഴിയിലേക്ക് പാഞ്ഞു. ഓലമേഞ്ഞ കൂരയുടെ അടുത്തുള്ള കറുത്ത ബോർഡിലെ വെളുത്ത അക്ഷരങ്ങളിൽ അവന്റെ കണ്ണുകൾ ധ്യടഞ്ഞുനിന്നു. കാലുകൾ യാന്ത്രികമായി ചലിച്ചു.

കാലത്ത് വീട്ടിൽനിന്നും ഇറങ്ങുമ്പോൾ ചിരുത പറഞ്ഞ വാക്കുകൾ ചീരൻ ഒരു നിമിഷം ഓർത്തു.

"ഇന്നെങ്കിലും നിങ്ങൾ കുടിക്കാതെ വരണം... മൂന്ന് ദിവസമായി ഇവിടെ അടുപ്പിൽ കലം വച്ചിട്ട്... ഈ മൂന്ന് കുഞ്ഞുങ്ങളുടെ ദുഃഖം നിങ്ങൾ കാണുന്നില്ലേ?..." അവളുടെ മുഖത്ത് വേദനയുടെ മേഘക്കീറുകൾ നിറഞ്ഞു.

"ഇല്ല ചിരുതേ, ഇന്ന് തീർച്ച, ജോലി കഴിഞ്ഞ് ഞാൻ നേരെ ഇങ്ങോട്ടു പോരാം. സത്യം..." ചീരൻ ചിരുതയെ സമാധാനിപ്പിച്ചു.

ചീരന്റെ മനസ്സിൽ കുറ്റബോധം നിറഞ്ഞു. ഇല്ല; അവസാനത്തേതാണ്. വളരെ നാളുകൾക്കുശേഷമാണ് ഇത്രയും പണം കൈയ്യിൽ കിട്ടിയത്. ഇന്ന് ഒരു കുപ്പി കള്ള് കുടിക്കാൻ കഴിഞ്ഞില്ലെങ്കിൽ പിന്നെ എന്നു സാധിക്കും? ചീരൻ എല്ലാം മറക്കുകയായിരുന്നു. ചിരുതയേയും മൂന്നു കുഞ്ഞുങ്ങളേയും, തന്നെത്തന്നെയും.

അവൻ കൂരയുടെ ഉള്ളിലേക്ക് കുനിഞ്ഞുകയറി. ശരറാന്തലിന്റെ മങ്ങിയ വെളിച്ചത്തിൽ ആരൊക്കെയോ ഇരുന്ന് കുടിക്കുന്നത് ചീരൻ കണ്ടു. ബഞ്ചിന്റെ ഒഴിഞ്ഞൊരു മൂലയിൽ ചീരനും സ്ഥാനം കരസ്ഥമാക്കി. ഷാപ്പുകാരൻ കുട്ടപ്പൻ അകത്തുനിന്നും എത്തിനോക്കി.

“രണ്ടു കുപ്പീം, ഒരു പ്ലേറ്റും'' ചീരൻ ഗൗരവത്തിൽ ഓർഡർ ചെയ്തു.

കുപ്പികളും, ഗ്ലാസ്സും, ആവിപൊങ്ങുന്ന കോഴിയിറച്ചിയും മേശമേൽ നിരന്നു. കള്ള് കുപ്പിയിൽനിന്നും ഗ്ലാസ്സിലേക്ക് പതഞ്ഞൊഴുകി. നിമിഷങ്ങൾകൊണ്ട് ചീരൻ ഓരോ ഗ്ലാസ്സുകളും അകത്താക്കിക്കൊണ്ടിരുന്നു. കുപ്പികൾ ഒഴിഞ്ഞപ്പോൾ അവൻ വീണ്ടും ഓർഡർ നൽകി.

“പത്തുരൂപയായി.'' ഷാപ്പുകാരൻ കുട്ടപ്പന്റെ ശബ്ദം ചീരൻ കേട്ടു. അതവന് അഭിമാനക്ഷതമുണ്ടാക്കി.

“ഒരു ഗുബ്ബീം, ഒരു പ്ലേറ്റുംകൂടി താ...'' ചീരൻ ഒരുവിധം പറഞ്ഞൊപ്പിച്ചു. മരവിച്ച നാക്കിൽനിന്നും അവ്യക്തമായ ശബ്ദങ്ങൾ പുലമ്പിത്തുടങ്ങി.

എല്ലാം കഴിഞ്ഞ് ചീരൻ പുറത്തേക്കിറങ്ങി. കാലുകൾ നിലത്തുറക്കാതെ, ആടിയാടി, മൂളിപ്പാട്ടും പാടി, ഇരുട്ടിലൂടെ തപ്പിത്തടഞ്ഞ്, ഉരുണ്ട് വീണ് അവൻ നടന്നു.

കാർമേഘപാളികൾ മൂടിയ അരണ്ടനിലാവിൽ ചീരൻ വന്നത് ചിരുത കണ്ടു. മുറ്റത്തെ എഴുന്നുനിന്നിരുന്ന കല്ലിൽ തട്ടി ചീരൻ നിലത്തുവീണു. ചിരുത ഓടിച്ചെന്ന് പിടിച്ചെഴുന്നേല്പിച്ച് ഉറയത്തുകൊണ്ടുവന്നു കിടത്തി.

ചീരൻ ഉറയത്ത് കമഴ്ന്ന് കിടന്ന് ഛർദ്ദിച്ചു. ചിരുത അവന്റെ പുറം തടവിക്കൊടുത്തു. കുട്ടികൾ വിശന്ന് കണ്ണു തുറന്നു. അച്ഛൻ വന്നെന്ന് അവർ അറിഞ്ഞു.

“എനിക്ക് വിശക്കുന്നച്ഛാ..'' ഇളയകുട്ടി കരഞ്ഞു. മൂത്ത രണ്ടു കുട്ടികൾ അച്ഛനെ കണ്ടപ്പോൾ തേങ്ങിത്തുടങ്ങി.

“എനിക്ക് വെസ്പ്പില്ലാ...'' ചീരൻ ഇഴഞ്ഞ സ്വരത്തിൽ ഉറക്കത്തിന്റെ ആഴങ്ങളിലേക്ക് ഊളിയിടുന്നതിനിടയിൽ പറഞ്ഞു.

അമ്മ

ആ തറവാടിന്റെ പൂമുഖത്ത് ഒരു ജീവിതകാലാനുഭവങ്ങൾ മുഴുവൻ ഓർത്തുകൊണ്ട് വൃദ്ധ ഇരുന്നു. ഓർമ്മകളെ മറവിയുടെ കൂടിനുള്ളിൽ അടക്കുവാൻ ആഗ്രഹമുണ്ടെങ്കിലും അതിനു കഴിയുന്നില്ല. ഓരോന്നും തികട്ടിത്തികട്ടി വന്ന് ഹൃദയത്തിൽ വേദനയുടെ കറുത്ത മേഘപടലങ്ങൾ നിറക്കുന്നു.

അവർ ഓർത്തു...

പത്തു മക്കളെ പ്രസവിച്ചു. ഒരമ്മക്ക് അതിൽപ്പരം മറ്റെന്തൊരു ജീവിതാനുഭവം ഉണ്ടാകും. ദാരിദ്ര്യമറിയിക്കാതെ, ഒരാപത്തും കൂടാതെ ഓരോരുത്തരേയും വളർത്തിയെടുത്ത് പ്രാപ്തരാക്കി. അക്കാലങ്ങളിലൊക്കെ എന്തെന്തു സ്വപ്നങ്ങളായിരുന്നു മനസ്സിൽ വച്ചിരുന്നത്.

മക്കൾക്കുവേണ്ടി രാപ്പകൽ ഭേദമില്ലാതെ അച്ഛനും, അമ്മയും പണിയെടുത്തു; ഒരു നല്ല നാളയെ സ്വപ്നം കണ്ടുകൊണ്ട്. മരണശയ്യക്കടുത്തിരുന്ന് കരയുന്ന തന്നോട് ആ മനുഷ്യൻ പറഞ്ഞ വാക്കുകൾ ഇന്നും ഹൃദയത്തിന്റെ ഭിത്തികളിൽനിന്നും പ്രതിധ്വനിക്കുന്നു.

“നമ്മൾക്ക് പത്തു മക്കളില്ലേ... നിനക്ക് ഭയപ്പെടാനൊന്നുമില്ല.”

അതായിരുന്നു ആശ്വാസം. ഭൂഗോളം പലവട്ടം തിരിഞ്ഞു. അതോടൊപ്പം തന്റെ സ്വപ്നങ്ങളും ഓരോന്നായി നിലംപതിച്ചുകൊണ്ടിരുന്നു.

വിവാഹം കഴിഞ്ഞ മൂന്ന് പെൺമക്കളെക്കുറിച്ച് ചിന്തിക്കേണ്ടിയിരുന്നില്ല. വിവാഹം കഴിഞ്ഞവരും, കഴിയാത്തവരുമായ ആൺമക്കൾ

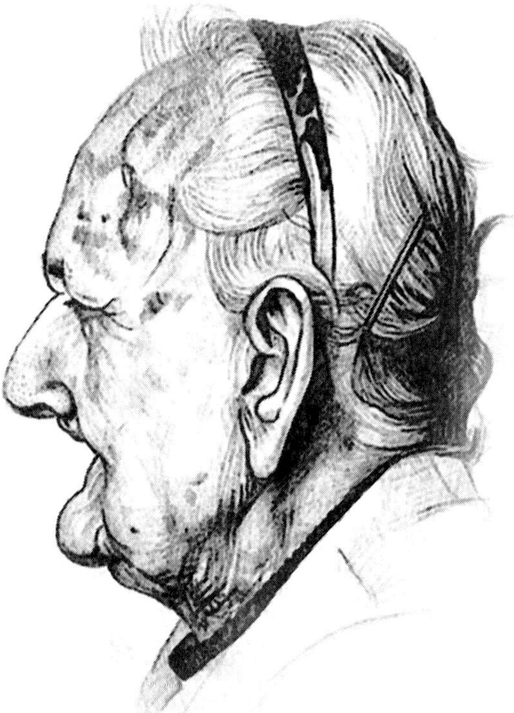

അവരവരുടെ കാര്യം നോക്കി ഓരോയിടത്തേക്കു തിരിഞ്ഞു. പെറ്റുവളർത്തിയ അമ്മയെക്കുറിച്ച് ചിന്തിച്ച് അവരാരും വേവലാതി പൂണ്ടില്ല!

"അമ്മക്ക് കഴിയാനുള്ളത് അച്ഛൻ സമ്പാദിച്ചിട്ടുണ്ട്!"- മക്കളുടെ വാക്കുകൾ കേട്ട് മരവിച്ചു പോയിരുന്നിട്ടുള്ള എത്രയെത്ര നിമിഷങ്ങൾ! വേദന കടിച്ചിറക്കി. രാത്രിയുടെ അന്ത്യയാമങ്ങൾവരെ ഉറക്കം വരാതെ കഴിച്ചുകൂട്ടിയ എത്രയെത്ര ദിനങ്ങൾ!

ആരേയും തടഞ്ഞില്ല. അതിനുള്ള കഴിവ് ഇല്ലാഞ്ഞിട്ടല്ല. അവർ സുഖമായി ജീവിക്കട്ടെ. അതായിരുന്നു ആഗ്രഹം. ഒടുവിൽ ഏറ്റവും ഇളയ മകനും സ്വന്തം കാര്യമന്വേഷിച്ചിറങ്ങിപ്പോയി. തറവാട് ശൂന്യമായി. അപ്പോഴേക്കും ഹൃദയം മരവിച്ചുകഴിഞ്ഞിരുന്നു. എല്ലാം വിധിയെന്നു സമാധാനിക്കാൻ ശ്രമിച്ചു. ഇടിഞ്ഞുപൊളിഞ്ഞു വീഴാറായ ഈ പഴയ തറവാട്ടും, താനും കഴിഞ്ഞകാല സ്വപ്നങ്ങളുമായി ഒരു നാളിൽ ഇവിടെ എരിഞ്ഞടങ്ങും. അന്നെങ്കിലും ഒരു സമാധാനം കിട്ടാതിരിക്കില്ല. ഓർമ്മകളുടെ ചുരുളുകൾ അവിടെ അവസാനിപ്പിക്കാൻ ശ്രമിച്ചു അവർ.

നഷ്ടവസന്തം

മഹാനഗരം! ഒരു പഴയ ആറുനിലകെട്ടിടത്തിന്റെ ഏറ്റവും മുകളിൽ ഇരുളടഞ്ഞ മുറിയിൽ ഞാനെന്ന മനുഷ്യൻ! ഒരു നിമിഷനേരത്തെ ഏകാന്തതക്കുവേണ്ടി വീർപ്പുമുട്ടുന്ന മനസ്സ്. പുറത്ത് ഹൈവേ. മൂളിപ്പാഞ്ഞുപോകുന്ന മോട്ടോർവാഹനങ്ങളുടെ ഇരമ്പൽ. വിലപിടിച്ച ട്രാൻസിസ്റ്ററുകളിൽ ഉയരുന്ന ചലച്ചിത്രഗാനങ്ങൾ. താഴെ ഏതോ 'ബൈയൻമാർ' കള്ളുകുടിച്ച് വഴക്കടിക്കുന്ന നഗരമെന്ന നരകം. വയർ മാത്രം അലറുന്നില്ല.

മനസ്സിന്റെ ക്യാൻവാസ്സിൽ ഭൂതകാലത്തിലെ നിറം മങ്ങിയ ചിത്രങ്ങൾ. കേരളഭൂമിയിലെ പ്രകൃതിരമണീയങ്ങളായ നാട്ടിൻപുറങ്ങൾ. കൊച്ചുകൊച്ചു കുന്നിൻനിരകളും അവക്ക് താഴെ കാൽച്ചിലങ്കകൾ മുഴക്കി കുണുങ്ങിയൊഴുകുന്ന അരുവികളും, ഇരുവശവും ഇളംകാറ്റിൽ തലയിളക്കിനില്ക്കുന്ന ഹരിതവർണ്ണമായ നെൽവയലേലകളും, ചക്രവാളച്ചെരുവുകളിൽ കസവുകൾ തുന്നിയ കേരവൃക്ഷങ്ങളും, അവയെ തഴുകി വരുന്ന മന്ദമാരുതനും, എല്ലാം ഗാനമധുരമായ ഒരു കാവ്യംപോലെ മനസ്സിൽ ഒഴുകിയെത്തുന്നു. പക്ഷെ ഉദരങ്ങൾ അലറുകയാണവിടെ.

മനുഷ്യൻ എന്തെല്ലാം സ്വപ്നങ്ങൾ നെയ്തെടുക്കുന്നു. ജീവിതത്തിന്റെ ശീഘ്രമായ പ്രയാണത്തിന്റെ കുത്തൊഴുക്കിൽ അതെല്ലാം ഒരു നിമിഷംകൊണ്ട് നഷ്ടപ്പെടുന്നു! മോഹങ്ങളെക്കുറിച്ച് ആരോടും പരാതി പറയാതെ നിശ്ശബ്ദതയുടെ തടവറയിൽ അടക്കുന്നു. നഷ്ടവസന്തത്തെക്കുറിച്ചുള്ള നെടുവീർപ്പുകൾ മാത്രം എല്ലാവർക്കും ബാക്കി...

ബന്ധനം

പൈപ്പിനുതാഴെ, കുന്നുകൂട്ടിയിട്ടിരിക്കുന്ന എച്ചിൽ പാത്രങ്ങൾക്കു മുൻപിൽ ഇരിക്കുമ്പോഴും അവൻ അമ്മ അയച്ച കത്തിലെ വരികൾ ഓർക്കുകയായിരുന്നു. മനസ്സിൽ അസ്വസ്ഥതയുടെ ചിറകടിയൊച്ച ശരീരത്തെയും തളർത്തുന്നു. സമയം രാത്രി പതിനൊന്നുമണി കഴിഞ്ഞിരിക്കുന്നു. ലോകം നിദ്രയുടെ ആലിംഗനത്തിൽ നിർവൃതി കൊള്ളാൻ വെമ്പുന്ന സമയം. എന്നിട്ടും താൻ മാത്രം ഉറങ്ങാതെ, നഗരത്തിലെ ഹോട്ടലിനുപുറകിൽ പാത്രങ്ങൾ കഴുകാനായി ഇരിക്കുന്നു! ഹോട്ടലിലെ തിരക്കു കുറഞ്ഞുകഴിഞ്ഞിരുന്നു. മറ്റു ജോലിക്കാരെല്ലാം സുഖനിദ്രയിലായെന്നു തോന്നുന്നു. ആരുടെയും അനക്കം കാണാനില്ല. അവർക്കാരെക്കുറിച്ചും ചിന്തിച്ച് വ്യാകുലപ്പെടേണ്ടതില്ലായിരിക്കും. നാളയെക്കുറിച്ചുള്ള ചിന്തയില്ല. ഇന്നത്തെപ്പോലെ തന്നെ നാളെയും.

"അച്ഛന് സുഖക്കേട് കൂടുതലാണ്. എപ്പോഴും നിന്നെ കാണണമെന്നു പറയുന്നു. അനുജത്തിമാർ രണ്ടുപേരും ഇപ്പോൾ സ്കൂളിൽ പോകുന്നില്ല.'' എല്ലാം സഹിച്ച് മനംനൊന്തു കഴിയുന്ന അമ്മയുടെ കത്താണ്. എല്ലാവരുടെയും പ്രതീക്ഷ തന്നിൽമാത്രം.

താനല്ലാതെ അവരെ നോക്കാൻ മറ്റാരാണുള്ളത്? പത്താംക്ലാസ്സുവരെ പഠിച്ചു പാസായി. അച്ഛൻ മാത്രമായിരുന്നു ഏക ആശ്രയം. കൂലിപ്പണിയെടുത്ത്, ആരോഗ്യം ക്ഷയിച്ച്, ഇന്നൊരു മാറാരോഗിയായി തീർന്നിരിക്കുന്നു! വിധിയെന്നല്ലാതെ എന്തു പറയാൻ. ഇപ്പോൾ എല്ലാ പ്രതീക്ഷകളും തന്നിലർപ്പിച്ചു കഴിയുന്നു. ചേട്ടനെക്കുറിച്ച് സ്വപ്നങ്ങൾ

നെയ്യുന്ന അനുജത്തിമാർ. മകനിൽ ആശ്വാസം കണ്ടെത്താൻ ശ്രമിക്കുന്ന അമ്മ.

എത്ര പടികൾ ഇതിനകം കയറിയിറങ്ങി. എത്ര മൈലുകൾ അതിനിടയിൽ പിന്നിട്ടു. അപരിചിതരായ മനുഷ്യരുടെ ഇടയിൽ, നഗരത്തിലെ തിരക്കുപിടിച്ച ജീവിതത്തിനിടയിൽ വന്നുപെട്ടത് അവിചാരിമായിട്ടായിരുന്നു.

വീട് വിട്ടിറങ്ങുമ്പോൾ ഓഫീസുകളിലെ കസേരയായിരുന്നു ലക്ഷ്യം. പത്താംക്ലാസുവരെ മാത്രം പഠിച്ച തനിക്ക് ഇക്കാലത്ത് അത്തരത്തിൽ ഒരു ജോലി കിട്ടുകയില്ല എന്ന ബോധം എല്ലാം കണ്ടറിഞ്ഞതിനു ശേഷമാണുണ്ടായത്. തന്നേക്കാൾ എത്ര പഠിപ്പുള്ളവർ, ഡിഗ്രികളെടുത്തവർ ഇവിടെ നിസ്സഹായതയുടെ നീർച്ചുഴിയിൽ വട്ടം തിരിയുന്നു: ജീവിതമെന്തെന്ന് ഇപ്പോഴാണ് പഠിച്ചുതുടങ്ങുന്നത്. മോഹങ്ങളുടെയും മോഹഭംഗങ്ങളുടെയും ഒരു നീണ്ട കണ്ണിയാണത്. ആഗ്രഹങ്ങൾ മനുഷ്യനെ വീണ്ടും വീണ്ടും ജീവിക്കാൻ പ്രേരിപ്പിക്കുന്നു.

ഒടുവിൽ എല്ലാ പ്രതീക്ഷകളും അസ്തമിച്ചപ്പോൾ ഇവിടെ ഈ ഹോട്ടലിൽ എച്ചിൽപാത്രങ്ങൾ കഴുകുന്ന ജോലി സ്വീകരിച്ചു. തനിക്കിന്ന് ഈ ജോലി ബഹുമാന്യമാണ്. കടമകളും, കടപ്പാടുകളും മാത്രമാണ് തനിക്കുള്ളത്. എത്ര ബുദ്ധിമുട്ടിയാലും താൻ അത് ചെയ്തേ തീരു. അതാണ് തന്നെ ജീവിക്കാൻ പ്രേരിപ്പിക്കുന്നത്.

ആരും ഈ സത്യം ഇതുവരെ അറിഞ്ഞിട്ടില്ല. വീട്ടിൽ എല്ലാവരും തനിക്ക് എന്തോ “നല്ല ജോലി” യാണെന്ന് കരുതിയാണ് ഇരിക്കുന്നത്. ഇവിടെ എത്തിയിട്ടിപ്പോൾ ഒരു വർഷം കഴിഞ്ഞിരിക്കുന്നു. വളരെ കഷ്ടപ്പെട്ട് ഇത്രവരെ വളർത്തിയെടുത്തിട്ട് തന്റെ മകൻ ഇതുപോലൊരു ലോകത്തിലാണ് ജീവിക്കുന്നതെന്നറിഞ്ഞാൽ അച്ഛനും അമ്മയും എത്ര ദുഃഖിക്കും. അതുകൊണ്ടു മാത്രം ആരേയും അറിയിച്ചില്ല.. താനെത്ര കഷ്ടപ്പെട്ടാലും അച്ഛനും അമ്മയും വേദനിക്കരുത്.

മാസം ചിലവ് കഴിച്ച് ഹോട്ടലിൽനിന്നും അമ്പതുരൂപയാണു കിട്ടുന്നത്. അതിൽനിന്നും ഒരു പൈസപോലുമെടുക്കാതെ വീട്ടിലേക്കയക്കുന്നു. അതുകൊണ്ടാണ് നാലു ജീവിതങ്ങൾ തള്ളി നീക്കുന്നത്! ഇപ്പോൾ അതും മതിയാകാതെ വന്നിരിക്കുന്നു.

നിശയുടെ നിശ്ശബ്ദതയിലിരുന്ന് അവൻ തേങ്ങി! കവിളിലൂടെ കണ്ണുനീർ ഒലിച്ചിറങ്ങി. അസ്വസ്ഥതയുടെ തിരകയറ്റം ഹൃദയത്തെ വീർപ്പുമുട്ടിച്ചു. മനസ്സ് നിസ്സഹായതയുടെ ആഴങ്ങളിൽ മുങ്ങിത്തപ്പി.

എന്തോ കേട്ടിട്ടെന്നവണ്ണം അവനു പരിസരബോധമുണ്ടായി. സമയം ഒരുപാടായിരിക്കുന്നു. വെളുപ്പിന് നാലുമണിക്ക് എണീക്കണം. അതിനിടയിൽ അല്പസമയം ഉറങ്ങണം. നിദ്രയുടെ മറക്കുള്ളിൽ അല്പമെങ്കിലും ആശ്വാസം കൊള്ളാൻ ശ്രമിക്കട്ടെ. തുറന്നിട്ട പൈപ്പിനു ചുവട്ടിലേക്ക് അവൻ പാത്രങ്ങൾ ഓരോന്നായി വലിച്ചു നീക്കി വേഗം കഴുകിത്തുടങ്ങി.

ചേച്ചി

അന്ന് ആരൊക്കെയോ പുതിയതായി വീട്ടിൽ വരുന്നുണ്ടെന്ന് അമ്മ പറഞ്ഞറിഞ്ഞു. ചേച്ചി തന്നെയുംകൂട്ടി കാലത്തു തന്നെ അമ്പലത്തിൽ പോയി കുളിച്ചു തൊഴുതുവന്നു. പുതിയ സാരിയും ബ്ലൗസും ധരിച്ച് കണ്ണെഴുതി, പൊട്ടുകുത്തി, മുടി ഭംഗിയായി ചീകിയൊതുക്കി എന്തിനോ തയ്യാറെടുത്തുനിന്നു. അടുക്കളയിൽ അമ്മയും വേലക്കാരി പാറുവമ്മയും ധൃതിയിൽ എന്തൊക്കെയോ പണികൾ ചെയ്യുന്നുണ്ട്. അച്ഛനും ചേട്ടനും മേശയും കസേരയും മറ്റും ഭംഗിയായി തുടച്ച് വൃത്തിയാക്കിവയ്ക്കുന്നു. ബിന്ദുമോൾക്ക് ഒന്നും മനസ്സിലായില്ല.

പടിഞ്ഞാറേമുറ്റത്ത് എന്തോ എടുക്കുവാൻ വന്ന പാറുവമ്മയോട് അവൾ ചോദിച്ചു:

“ഇന്നെന്താ പാറുവമ്മേ, ഇവിടെ വിശേഷം?”

“അതോ... മോൾടെ ചേച്ചിയെ പെണ്ണുകാണാൻ വരണ്.” പാറുവമ്മ പറഞ്ഞു.

“പെണ്ണു കാണാനോ... ? അതെന്താ പാറുവമ്മേ... ?”

“ഓ... അതൊന്നും മോൾക്ക് ഇപ്പം മനസ്സിലാവില്ല. മോളും ചേച്ചീടത്രാവുമ്പോ ഇങ്ങന്യൊക്കെ ഉണ്ടാവും. അപ്പൊ മനസ്സിലാവും.” പാറുവമ്മ ധൃതിയിൽ അടുക്കളയിലേയ്ക്കു പോയി. ബിന്ദുമോൾ പിന്നെയും അതിനേക്കുറിച്ചുതന്നെ ചിന്തിക്കുകയായിരുന്നു.

ഉച്ചയാകാറായപ്പോൾ ഒരു കാർ വീടിന്റെ പടിക്കൽ വന്നുനിന്നു.

ബിന്ദുമോൾ മുറ്റത്തു നില്ക്കുകയായിരുന്നു. കാറിൽനിന്നും ആദ്യം മൂക്കിൽ കണ്ണടവച്ച ഖദർ വസ്ത്രങ്ങൾ ധരിച്ച ഒരു തടിച്ച മനുഷ്യൻ ഇറങ്ങി. പിന്നെ പാന്റും കോട്ടും ടൈയും ധരിച്ച സുമുഖനായൊരു ചെറുപ്പക്കാരനും, അയാളുടെ പിന്നാലെ മറ്റു രണ്ടുപേരും ഇറങ്ങിവന്നു. അച്ഛൻ അവരെ യെല്ലാവരേയും ഇറയത്തേയ്ക്കു സ്വീകരിച്ചിരുത്തി.

ബിന്ദുമോൾ അകത്ത് ചേച്ചിയുടെ അടുത്തു വന്നിരുന്നു. കുനിഞ്ഞിരി ക്കുന്ന ചേച്ചിയുടെ മുഖത്തേയ്ക്ക് അവൾ ഒളിഞ്ഞുനോക്കി. പ്രത്യക്ഷത്തിൽ ആ മുഖം മ്ലാനമായിരിക്കയാണെങ്കിലും അവിടെ സന്തോഷത്തിന്റെ രേഖ മിന്നിമറയുന്നില്ലേ എന്ന് ബിന്ദുമോൾക്കൊരു സംശയം.

“ചേച്ചീ, ഇവരെല്ലാവരും ഇവിടെ എന്തിനാ വന്നിരിക്കുന്നത്?”

“ബിന്ദുമോളതൊന്നും ഇപ്പോൾ അറിയേണ്ട.” ചേച്ചി പറയാൻ മടിച്ചു. ബിന്ദുമോളുടെ മനസ്സ് വീണ്ടും അസ്വസ്ഥമായി.

കുറച്ചു കഴിഞ്ഞപ്പോൾ അമ്മ കൊടുത്ത കാപ്പിയും പലഹാരങ്ങളു മായി ഇറയത്തേയ്ക്ക് തലയും കുമ്പിട്ട് മെല്ലെ നടന്നു ചെല്ലുന്ന ചേച്ചിയെ ബിന്ദുമോൾ ശ്രദ്ധിച്ചു.

ദിവസങ്ങൾ കടന്നുപോയി.

ഒരു നേരിയ വേദനയോടെയാണ് ബിന്ദുമോൾ അതു മനസ്സിലാ ക്കിയത്. ചേച്ചിയുടെ കല്യാണത്തിന് അല്പദിവസങ്ങൾ കൂടിയേ ഇനി ബാക്കിയുള്ളൂ. ഇത്രയും ദിവസം ഇവിടെ നടന്ന തിരക്കുപിടിച്ച അന്ത രീക്ഷം ഇതിനായിരുന്നെന്നു ബിന്ദുമോൾക്ക് ഇപ്പോൾ മാത്രമാണ് മനസ്സിലായത്. അവളുടെ ഹൃദയം വിങ്ങി. മനസ്സിൽ വേദന ഉരുണ്ടു കൂടി. തന്റെ പ്രിയപ്പെട്ട ചേച്ചി തന്നെ വിട്ടു പോകുകയാണ്. ദിവസവും സന്ധ്യാസമയത്തു തന്നെയും കൂട്ടി അടുത്തുള്ള അമ്പലത്തിൽ പോകാറുള്ള ചേച്ചി. തനിക്കു മുത്തശ്ശിക്കഥകൾ പറഞ്ഞു തരുന്ന, തന്നോടൊപ്പം കണ്ണുപൊത്തിക്കളിക്കുന്ന തന്നെ കുളിപ്പിച്ച് ഉടുപ്പുകൾ അണിയിച്ചു തലമുടി ചീകിയൊതുക്കി കണ്ണെഴുതി, പൊട്ടുകുത്തി, മുഖത്ത് പൗഡറിട്ട്, രാത്രി കൂടെയുറക്കിക്കിടത്തുന്ന തന്റെ എല്ലാമായ ചേച്ചി. ആ ചേച്ചി തനിക്ക് എന്നന്നേക്കുമായി നഷ്ടപ്പെടുകയല്ലേ ചെയ്യുന്നത്? ബിന്ദുമോളുടെ കണ്ണുകൾ നിറഞ്ഞുതുളുമ്പി.

ചേച്ചിയെ കല്യാണം കഴിക്കുന്നത് അന്നു കാറിൽനിന്നും പാന്റും കോട്ടും ധരിച്ചിറങ്ങിയ ആ സുമുഖനായ ചെറുപ്പക്കാരനാണ്. ബോം ബെയിലാണത്രെ ജോലി. കല്യാണം കഴിഞ്ഞാൽ ചേച്ചിയേയുംകൊണ്ട് അയാൾ ഉടൻ ജോലിസ്ഥലത്തേക്കു പോകും. അയാളുടെ അവ്യക്തമായ

മുഖം ബിന്ദുമോൾ മനസ്സിൽ ഓർത്തുനോക്കി. അവൾക്ക് അയാളോടു വെറുപ്പു തോന്നി. തന്റെ ചേച്ചിയെ തന്നിൽനിന്നും തട്ടിയെടുത്ത ദുഷ്ടനാണ് അയാൾ! അവൾ ചിന്തിച്ചു.

“ചേച്ചി എന്നെ തനിച്ചാക്കി പോകയാണോ?’’ രാത്രി ഉറങ്ങാൻകിടന്നപ്പോൾ ബിന്ദുമോൾ ചേച്ചിയോടു ചോദിച്ചു.

“മണ്ടിപ്പെണ്ണേ... പെണ്ണുങ്ങളായാൽ ഇങ്ങനെയൊക്കെയുണ്ടാകും.’’ ചേച്ചി അവളെ ആശ്വസിപ്പിക്കുവാൻ ശ്രമിച്ചു.

“ചേച്ചി എന്നെ ഇട്ടേച്ചു പോകരുത്. ചേച്ചി പോയാൽപ്പിന്നെ, എന്നെ അമ്പലത്തിലും മറ്റും ആരാ കൊണ്ടു പോക? എനിക്കാരാ കഥകൾ പറഞ്ഞു തരുക.’’ ബിന്ദുമോളുടെ കണ്ണുകൾ അപ്പോഴേക്കും നിറഞ്ഞുതുടങ്ങിയിരുന്നു. ചേച്ചി തലയണയിൽ മുഖമമർത്തി ചിരിയൊതുക്കാൻ ശ്രമിച്ചു.

“ബിന്ദുമോൾ കരയണ്ട കേട്ടോ... ചേച്ചി ബിന്ദുമോളെയിട്ടേച്ച് എങ്ങും പോവില്ല’’ ചേച്ചി അവളെ അടുത്തേക്ക് ഒന്നുകൂടി വലിച്ചുകിടത്തി. ചേച്ചിയുടെ പൊള്ളയായ വാക്കുകൾ കേട്ട് ബിന്ദുമോൾ സമാധാനിക്കാൻ ശ്രമിച്ചു.

കുട്ടിയും വൃദ്ധനും

അന്തിവെയിൽ വീണുകഴിഞ്ഞു. നിഴലുകൾക്ക് നീളംവച്ചു. കുട്ടി ഇരുമ്പുവളയവും, കൊള്ളിത്തണ്ടിൽ തറച്ചു കയറ്റിയ അറ്റം വളഞ്ഞ കമ്പിയുമായി പുറത്തേക്കിറങ്ങി. വട്ടുരുട്ടിക്കളിക്കാനുള്ള പുറപ്പാടാണ്.

ഇരുമ്പുവളയം കൈയിൽനിന്നും വട്ടത്തിൽ കറക്കി ഉരുട്ടിവിട്ടു. വട്ടിനൊപ്പം കുട്ടി കമ്പിയുമായി പുറകെ പാഞ്ഞു. മറിഞ്ഞുവീഴാൻ തുടങ്ങുന്ന വട്ട് അറ്റം വളഞ്ഞ കമ്പിയുടെ ഇടയിൽ കുരുക്കി മുന്നോട്ടു തള്ളി. ഒരുതരം 'കിര്..ര്..ര്... ' ശബ്ദത്തോടെ വട്ടുരുണ്ടു പാഞ്ഞു. കുട്ടി പുറകേയും. അടുത്തുള്ള അമ്പലപ്പറമ്പായിരുന്നു ലക്ഷ്യം.

ഇടയ്ക്കെല്ലാം വട്ട് വഴിയിൽ എഴുന്നു നില്ക്കുന്ന കൂർത്ത കല്ലിൽ തട്ടി കമ്പിയുടെ പിടിയിൽനിന്നും തെറിച്ചുപോയി. അപ്പോഴെല്ലാം വീഴാൻ തുടങ്ങുന്ന വട്ട് കുട്ടി വീണ്ടും കമ്പിക്കിടയിലാക്കി മുന്നോട്ടു പായിച്ചു.

അമ്പലപ്പറമ്പിലെ ആൽത്തറയിൽ അന്തിവെയിലും കാത്തിരിക്കുന്ന വൃദ്ധൻ. കുട്ടി ആൽത്തറയ്ക്കു ചുറ്റും വട്ടു തട്ടിക്കളിച്ചു. കുട്ടിയുടെ ചുറുചുറുക്കു നോക്കി വൃദ്ധൻ ആഹ്ലാദിച്ചു. പുഞ്ചിരി തൂകുന്ന വൃദ്ധനെ കുട്ടി ഇടയ്ക്കിടെ നോക്കി. താൻ വലിയൊരു അഭ്യാസിയെന്ന ഭാവമായിരുന്നു കുട്ടിയുടെ മുഖത്ത്. കുട്ടിയുടെ ആ ഭാവവും വൃദ്ധൻ കണ്ടുപിടിച്ചു. വൃദ്ധന്റെ ശ്രദ്ധ മുഴുവൻ കുട്ടിയിലേയ്ക്കായി. മനസ്സിൽ എന്തൊക്കെയോ രൂപഭാവങ്ങൾ. ക്രമേണ അതു ശരീരത്തിലേയ്ക്കു ബാധിക്കുന്നതുപോലെ.

വൃദ്ധന്റെ തളർന്ന ശരീരം ഉത്തരോത്തരം ശക്തിപ്രാപിച്ചുകൊണ്ടിരുന്നു. മുഖത്തേയും കൈകാലുകളിലേയും ചുളിവുകൾ അപ്രത്യക്ഷമാകുന്നത്

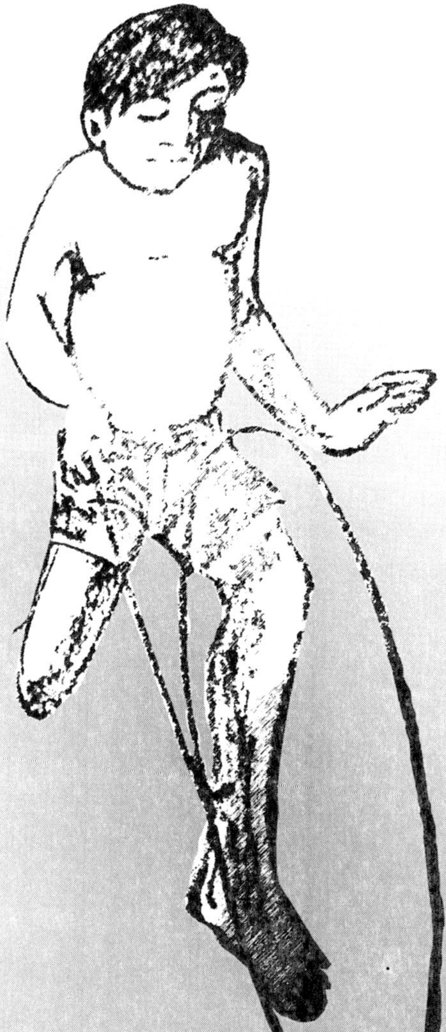

അയാൾ കണ്ടു. പഞ്ഞിപോലെയുള്ള വെളുത്ത തലമുടി കുട്ടിയുടേതു പോലെ കറുത്തു ചുരുണ്ടു. കൊഴിഞ്ഞുപോയ പല്ലുകളുടെ സ്ഥാനത്തു പുതിയ കൊച്ചരിപ്പല്ലുകൾ മുളച്ചു. എല്ലാത്തിനുമൊപ്പം ആ വലിയ ശരീരവും ചുരുങ്ങി ചെറുതാകുന്നതുപോലെ അയാൾക്കു തോന്നി. വൃദ്ധൻ ഇപ്പോൾ കുട്ടിയുടെ തത്സ്വരൂപമായി മാറിയിരിക്കുകയാണ്!

അയാൾ ആൽത്തറയിൽനിന്നും ചാടിത്താഴെയിറങ്ങി. കുട്ടിയുടെ നേരേനോക്കി പുഞ്ചിരിച്ചു. കുട്ടി അത്ഭുതത്തോടെ അയാളെ നോക്കി. വൃദ്ധൻ കുട്ടിയെ അടുത്തേയ്ക്കു കൈകാട്ടി വിളിച്ചു.

"എന്നെക്കൂടി കൂട്ടുമോ? ഞാനൊന്നുരുട്ടട്ടെ?''

കുട്ടി വീണ്ടും വൃദ്ധന്റെ തിളങ്ങുന്ന കണ്ണുകളിലേയ്ക്ക് അവിശ്വാസ ത്തോടെ നോക്കി.

"വരൂ, നമുക്കു മത്സരിച്ചു കളിക്കാം.''

കുട്ടി യാന്ത്രികമായി വട്ടും കമ്പിയും വൃദ്ധന്റെ കൈയ്യിൽ കൊടുത്തു. എന്നിട്ട് ആൽത്തറയിൽ ചാരിനിന്നു. വൃദ്ധൻ വട്ടുരുട്ടി വിട്ടു. അയാൾ വട്ടിനു പുറകേ വായുവേഗത്തിൽ പാഞ്ഞു! കുട്ടി വിടർന്ന കണ്ണുകളുമായി കൗതുകത്തോടെ നോക്കിനിന്നു.

ഒരു മിനിറ്റ്... രണ്ട്.. പത്ത്... ഇരുപത്... മുപ്പതുമിനിറ്റ്... അയാൾ റെക്കാർഡ് സൃഷ്ടിച്ചിരിക്കുന്നു. വിജയാഹ്ലാദത്താൽ വൃദ്ധൻ കൈയടിച്ചു തുള്ളിച്ചാടി. അടുത്തത് കുട്ടിയുടെ ഊഴം. കുട്ടിക്ക് വാശി കയറി.

ഒരു മിനിറ്റ്... രണ്ട്.. പത്ത്... പതിനഞ്ച്... ടും! വട്ട് ഒരു കല്ലിൽ തട്ടി അകലേയ്ക്കു തെറിച്ചുപോയി. അതു വട്ടത്തിൽ കറങ്ങിക്കറങ്ങി നിലത്തു വിറച്ചുവീണു.

വൃദ്ധൻ കൂകിയാർത്തു. കുട്ടി നാണിച്ചു മുഖം കുനിച്ചു. പിന്നെ വൃദ്ധനു നേരെ നോക്കി വെല്ലുവിളിക്കുന്നപോലെ പറഞ്ഞു:

"ഇനി ഞാൻ നാളെ വരാം. ഇവിടെത്തന്നെ കാത്തിരിക്കണം.''

"ശരി തീർച്ചയായും.'' വൃദ്ധൻ വാക്കു കൊടുത്തു. കുട്ടി എന്തോ മനസ്സി ലുറച്ച് അന്നത്തെ കളി മതിയാക്കി വീട്ടിലേയ്ക്കു മടങ്ങി. വഴിയിൽ ഇരുട്ട് ഇഴഞ്ഞുകയറുന്നുണ്ടായിരുന്നു. മുകളിൽ നക്ഷത്രങ്ങൾ കണ്ണുചിമ്മി.

പിറ്റേ ദിവസം.

കുട്ടി വട്ടുരുട്ടി അമ്പലപ്പറമ്പിലേയ്ക്കു പാഞ്ഞു. പടക്കളത്തിലേയ്ക്കു കുതി ക്കുന്ന യോദ്ധാവിനെപ്പോലെ.

ആൽത്തറയുടെ ഒരു ഭാഗത്ത് കുറച്ചാളുകൾ വട്ടം കൂടി നില്ക്കുന്നു. കുട്ടി അവരുടെ പുറകിൽ കുനിഞ്ഞു നിന്ന് ഉള്ളിലേക്കു നോക്കി. വെളുത്ത തുണിയിൽ പൊതിഞ്ഞ ഒരു മൃതശരീരം.

ഒരു നിമിഷം.

കുട്ടിയുടെ കണ്ണിൽ ഇരുട്ടു കയറി. അമ്പലപ്പറമ്പും ആൽത്തറയും ആളുകളും വൃദ്ധനും മറയുന്നു. പിന്നെ താനും ഇവിടെനിന്നും മറയുകയാണെന്നു തോന്നി. ശരീരം തളർന്നു. ശരീരമാകെ ജരബാധിക്കുന്നതുപോലെ. തലയിൽ നരയും. കണ്ണുകൾ കുഴിയിലാണ്ടു. ദന്തങ്ങൾ കൊഴിഞ്ഞുവീണു. ദേഹം വിറയ്ക്കുന്നു. കൈയിലിരുന്ന വട്ട് താഴേയ്ക്കുരുണ്ടുവീണു. അതു മുന്നോട്ടു നീങ്ങി. വേഗത്തിൽ, വളരെ വേഗത്തിൽ, വിജനതയിലൂടെ. അനന്തതയിലേയ്ക്ക് പിന്നെ അത് ക്രമേണ ഇരുട്ടിൽ അപ്രത്യക്ഷമായിക്കൊണ്ടിരുന്നു.

ഭാവന

അന്നും അയാൾ കത്തിച്ചുവച്ച വിളക്കിനു മുന്നിൽ പേനയും കടലാസ്സുമായി തപസ്സിരുന്നു. പുറത്ത് റോഡിലൂടെ ഇടയ്ക്കിടെ ഇരമ്പിപ്പാഞ്ഞു പോകുന്ന മോട്ടോർ വാഹനങ്ങളുടെ ഭീകരശബ്ദം അയാളുടെ നിശ്ശബ്ദതയെ കാർന്നുതിന്നുകൊണ്ടിരുന്നു. അപ്പോഴെല്ലാം വളരുന്ന ഭാവനയുടെ കണ്ണികൾ ഇടയ്ക്കുവച്ച് മുറിഞ്ഞു. അതിനിടയ്ക്ക് വീട്ടിൽനിന്നും വന്ന കത്തിലെ വരികൾ മനസ്സിൽ അസഹ്യതയുടെ തിരകളുയർത്തി. താഴെ ഏതോ ഒരു കൂട്ടർ കുടിച്ച് വഴക്കിട്ട് പരസ്പരം തെറി വിളിക്കുന്നു. കഥാകൃത്ത് ക്ഷമകെട്ട് തുറന്നിട്ട ജനലിന്റെ കതകുകൾ വലിച്ചടച്ച് വീണ്ടും തന്റെ ജോലിയിൽ ഉപവിഷ്ടനായി. കാറ്റ് ഒരു കള്ളനെപ്പോലെ മുറിയ്ക്കുള്ളിൽ പതുങ്ങി നിന്നപ്പോൾ മനസ്സുപോലെ അയാളുടെ ശരീരവും ചൂടുപിടിച്ചു.

സമയം പാതിരാ കഴിഞ്ഞിരിയ്ക്കുന്നു. എട്ടുമണിക്കൂർ ഓഫീസ്സ് ജോലി ചെയ്തതിന്റെ ക്ഷീണം അയാളുടെ കണ്ണുകളിൽ തൂങ്ങിത്തുടങ്ങി. ചിമ്മിനി വിളക്കിലെ എണ്ണ തീരാറായി. തിരിനാളം താണുതുടങ്ങി. തുറന്നുവച്ച പേനയുടെ മുഖത്ത് മഷി ഉണങ്ങി വരണ്ടു. അയാളുടെ ഭാവനപോലെ. അണഞ്ഞുപോയ വിളക്കിനോടൊപ്പം അയാളും നിദ്രയുടെ ആഴങ്ങളിലേയ്ക്കു അറിയാതെ ഊർന്നിറങ്ങി.